Magicien de la poésie

Translated from the English version of

Wizard of Poetry

Bang Ai Tho

Ukiyoto Publishing

Tous les droits de publication mondiaux sont détenus par

Ukiyoto Publishing

Publié en 2023

Droits d'auteur sur le contenu © Bang Ai Tho

ISBN 9789360160883

Tous droits réservés.
Aucune partie de cette publication ne peut être reproduite, transmise ou stockée dans un système de recherche documentaire, sous quelque forme que ce soit et par quelque moyen que ce soit, électronique, mécanique, photocopie, enregistrement ou autre, sans l'autorisation préalable de l'éditeur.

Les droits moraux de l'auteur ont été revendiqués.
Ce livre est vendu à la condition qu'il ne soit pas prêté, revendu, loué ou mis en circulation de quelque manière que ce soit, sans l'accord préalable de l'éditeur, sous une forme de reliure ou de couverture autre que celle dans laquelle il est publié.

www.ukiyoto.com

Table des matières

Bonjour	1
Chào buổi sáng	3
Un jour comme celui-là	5
Có một ngày như thế	7
L'amour !	9
Tình ơi!	11
Rêve illusoire	13
Giấc mơ trầm vọng	15
0:00am, c'est encore la nuit	17
Không giờ đã là đêm chưa	19
Magicien de la poésie	21
Ma thuật thi ca	23
Illustration de la saison des personnes	25
Minh họa mùa người	27
Audition fragile tôt le matin	29
Mỏng manh nghe tiếng hôm mai	30
Vous êtes stupide	31
Anh khờ dại	32
Pluie de petites feuilles de patate douce	33
Mưa anh với lá khoai nhỏ	35
S'il est encore dans la langueur	37
Nếu còn trong tàn úa	39
L'autre moitié d'entre nous	40

Nửa ta còn lại	41
Proposer des fonds de levée de fonds	42
Tặng những niềm tin trở dậy	44
Rêve de doigts de nuit	45
Giấc mơ của ngón tay đêm	46
Fastidieux	47
Tẻ nhạt	48
Poèmes d'amour ravivés	50
Tình thơ hồi sinh	52
Vous revenez de loin	54
Từ khoảng cách em về	55
L'étoile du conte de fées	56
Vì sao cổ tích	57
S'il vous plaît, un tel monde réel	58
Xin có một trần gian	60
Pour lever des fonds	61
Tặng những niềm tin trở dậy	63
Existence de douleurs	65
Hiện hữu của những nỗi đau	66
En matière de travail	68
Trở dạ	69
Pour qu'une vie existe	71
Cho một cuộc đời tồn tại	72
Je recherche l'impermanence	74
Tôi đi tìm cõi vô thường	75

Prier pour l'amour	76
Tình nguyện cầu	77
L'âme des mots	78
Hồn của chữ	79
Bougie blanche et rose	80
Bạch lạp và hoa hồng	81
Ne vous précipitez pas	83
Xin đừng vội quá	85
L'horizon de l'amour	87
Chân trời tình thương	88
A propos de l'auteur	*89*

Bonjour

As-tu pu dormir la nuit dernière ?
Passe une bonne journée, petit gardien
L'agitation dans le bosquet endormi
Les oiseaux appellent l'aube

Un autre jour de maladie tous les jours
Tant de fois la vie est épuisante
Matin, après-midi, temps mélangé en un seul
Je me souviens de moi la nuit en me penchant en arrière.

Un monde en harmonie avec l'illusion
Ton rêve suit le vent qui souffle
Chaque jour, les traces disparaissent
Les fluctuations tristes meurent soudainement

Je rêve de la fraîche rivière bleue
La lune est fine là-haut

Elle ressemble à une faucille d'argent

Vaguement récoltée sur le champ d'étoiles

Réveille-toi, le rythme commence à nouveau

Le jour vient pour réveiller chaque cheveu

La nuit se recroqueville, le ciel devient peu à peu bruyant

Pourquoi est-ce comme une goutte d'eau qui ne tombe pas ?

Chào buổi sáng

Đêm qua em có ngủ được không ?
Chúc ngày mới niềm vui ùa gác nhỏ
Chộn rộn trong lùm cây ngái ngủ
Lũ chim mời gọi thức bình minh

Lại một ngày say công việc mỗi ngày
Trong muôn nỗi đời thường mệt lử
Sáng trưa chiều rối thời gian thành búi
Đêm ngả lưng kịp nhớ ra mình

Một thế giới hòa điệu cùng ảo ảnh
Giấc mơ em theo cơn gió thổi về
Mọi vết tích ngày tan biến mất
Những dao động buồn chợt vong thân

Em mơ về dòng sông mát xanh
Trăng hao gầy trên cao lặng lẽ

Trông tựa như chiếc liềm bằng bạc
Gặt mơ hồ trên cánh đồng sao

Dậy đi em nhịp sống lại bắt đầu
Ngày lại tới thức em từng sợi tóc
Đêm cuộn lại trời hồng dần ló rạng
Sót vì sao như giọt nước chưa rơi!

Un jour comme celui-là

Il y a un jour d'été comme ça
Comme le baiser d'un amoureux qui persiste
Emmène-moi errer dans la région ensoleillée et venteuse
La solitude est mise à l'écart

Il n'y a pas de regard sur l'abîme
Des yeux tristes à travers un temps maladroit
Parce que vous n'avez pas beaucoup de différence
Parce que votre sagesse n'a pas encore éclaté

Il y a des pas qui n'ont pas atteint le sommet
Où le ciel et la terre ne se rencontrent pas
S'attardant sur votre visage légendaire
Un petit jour teinté d'amour

La chanson du soleil dans l'après-midi
Se déplaçant à travers chaque feuille
Tes cheveux se détachent dans le vent

Ma voix chantant dans les aigus

Il y a un jour où le soleil a fondu dessus
Le soleil brille alors que l'automne approche
Écoutez l'humanité louer soudainement
Louant un petit amour qui n'a pas encore été nommé !

Có một ngày như thế

Có chiều nắng hạ vàng như thế
Tựa nụ hôn tình đọng lại miên man
Đưa em lãng đãng qua miền nắng gió
Những cô đơn bị đặt bên lề

Có ánh nhìn không tới vực sâu
Của đôi mắt buồn qua thời vụng dại
Vì em đâu có gì khác mấy
Bởi chiếc răng khôn chưa kịp nhú lên

Có bước chân chưa tới đỉnh cao
Nơi đất trời không thành biên giới
Nán trên khuôn mặt em huyền thoại
Sót chút ngày nhuốm sắc hương yêu

Bản nhạc vong mùa nắng ngủ trên chiều
Đang di chuyển qua từng ngón lá

Tràn tóc em lỏng lơi cài qua gió
Tiếng hát anh chơi vơi giữa âm ba

Có một ngày mặt trời vội vã qua
Nắng tàn với thu như gần lại
Nghe nhân loại chợt tụng ca nhân loại
Xin tụng ca chút tình chưa kịp đặt tên!

L'amour !

Les cauchemars des amoureux
Ou une lueur paisible
L'amour d'un mari et d'une femme sous l'oreiller et la couverture
Ou le beau mâle hurlant son humiliation

Le jour du mariage sur lequel s'appuyer
L'injustice hante le rideau de la princesse
Inclinant la tête pour réciter le corps naïf
Rendez-vous du phénix pour la réunion
Roi père, comme il est sage
Le palais perdu n'est que par une arbalète magique
Perdu dans la mort, aimer la vie
L'esprit converge pour le jugement

La marée rouge monte, les vagues en colère
L'amour paternel écrasé cruellement
Pleurer et regarder le père une dernière fois
Le vent et la pluie spirituels ont soupiré

Cher père, Mon Chau* est sacrifié
Ressentez la douleur du père

Le sang de la fille était rouge
Le corps du père était rempli de deuil
La mer Orientale a lâché ses boulons
Le diable de la folie crie l'amour
Le turquoise brillant caché dans un puits profond
Une paire d'âmes vertes

Les paroles anciennes reviennent à la ville antique
La soie rouge recouvre le corps avec de l'encens fumant
Les rives rocheuses moussues ont plu et brillé
Exonéré les vies pour faire renaître les fleurs !

(*Mỵ Châu était la fille du roi An Dương du royaume d'Âu Lạc en 204 avant J.-C.)

Tình ơi!

Ác mộng tình nhân thế
Hay bừng rạng bình yên
Tình chồng vợ mộng ấm gối chăn
Hay mỹ nhân nam thét gào nhục kế

Ngày kết tóc se tơ nương tựa
Oan khiên rình rập rèm chúa
Cúi đầu niệm tấm thân dại ngây
Phượng loan hẹn ngày tái ngộ

Vua cha ơi sáng suốt là bao
Đảo triều chính chỉ một nỏ thần
Tán lạc sự sống tình ơi tóc tang
Thần khí tụ Qui phán quyết
Hồng triều dâng sóng bừng giận
Tình phụ tử nghiệt ngã dập vùi
Khóc van ngước nhìn cha lần cuối

Thất thần gió mưa thở dài
Cha ơi thân Mỵ Châu thí tốt
Cha đau cốt nhục bi ai

Máu con ngậm đỏ ngọc trai
Thân cha đằm ngàn khơi tang tóc
Biển Đông buông lông nga dẫn lối
U mê dại dột ác quỷ khóc tình
Sáng lòng giếng sâu ngọc mầu oan khuất
Lứa đôi khắc khoải hồn xanh

Lời xưa tương truyền đoái lại cổ thành
Nhiễu điều phủ thân rưng rưng nhang khói
Bờ đá rêu băng nắng tràn mưa gội
Chắp mạch giải oan tái tạo kiếp hoa khê!

Rêve illusoire

J'ai rêvé de quelque chose d'étrange

De bonnes et de mauvaises personnes prenant ensemble

Et un ciel étoilé chantant la chanson de la nuit blanche

Les feuilles chuchotent en silence

Effrayant les petits oiseaux

J'ai rêvé de quelque chose d'étrange

Quelqu'un a coupé mon âme par frustration

Mon corps est engourdi par l'odeur de l'encens

Le son du feutre jeune a pénétré ma peau

Je suis revenu sauvagement au ciel

Ne rêvez plus, rêves gris

Le ciel élevé a fixé les étoiles

Le matin dans la brume

Les oiseaux sautent sur les arbres hauts

Un léger coup à ma porte si joyeusement
Allez, réveille-toi ! Début d'un nouveau jour
Allez, réveille-toi ! À l'extérieur de la porte
Qu'est-ce que c'est - pas un rêve

Giấc mơ trầm vọng

Tôi mơ thấy gì lạ quá
Người lành người dữ cùng dắt nhau đi
Và một bầu trời đầy sao hát bài ca đêm trắng
Cành lá rì rào trong vắng lặng
Làm lũ chim nhỏ giật mình động tàn canh

Tôi mơ thấy gì lạ quá
Có ai cắt xén mảnh hồn tôi trầm vọng
Thân thể tôi tê dại rặt mùi nhang
Tiếng nỉ non thấm thịt da lạnh buốt
Tôi hoang vu trôi về cõi thiên đàng

Đừng mơ nữa hỡi giấc mơ xám ngắt
Bầu trời cao đã lặn những vì sao
Mai sớm trong làn sương ló rạng
Chim nhảy chuyền trên các ngọn cây cao

Tiếng gõ nhẹ cửa phòng tôi vui vẻ
Nào dậy đi ! Một ngày mới bắt đầu
Nào dậy đi ! Phía bên ngoài cánh cửa
Có những gì không phải giấc chiêm bao

0:00am, c'est encore la nuit

Au milieu du siècle, j'étais comme une espèce perdue
Chaque jour à tourner en rond
Un cœur sensible comme perdu
Yeux secs la nuit, luttant désespérément

Nuit usée qui a emporté quelque chose
La nuit vorace car elle n'est pas mince
Embrassant un vrai rêve mais misérablement seul
Quel genre de peur enmousse ma vie
Oublier progressivement le sentiment de repos
Pointer chaque montre le temps et me laisser sortir dans la rue
Soudain, je me souviens des pas manqués
Pour oublier la vieille ville avec l'orchidée royale faiblement visible

Regretter un rêve, il a disparu
Rassembler l'agitation dans la chaîne de rêves
Au milieu de la vie, je me mets en restrictions

Je cache ma fierté dans la vie

Je mets mes paumes sur mon visage avec des pensées desséchées

Nuit vraiment nuit, s'il vous plaît revenez

Je vais entrer dans cette nuit

Sauvez les petits moments de doute

Remplissez les lacunes du cœur

Demain, réveillez-vous sans joie indulgente

Attendez minuit

attendez la nuit

La mite est fatiguée

La rue la nuit a toujours un visage blanc

Không giờ đã là đêm chưa

Giữa vòng quay thế kỷ tôi như kẻ lạc loài
Lại mỗi ngày cùng chân mình quanh quẩn
Con tim nhạy bén cơ hồ như đã mất
Mắt khô đêm nghe tuyệt vọng giằng co

Đêm hao mòn ai tước đoạt mất gì
Đêm cồn cào bởi đêm chẳng loãng
Ôm ước mơ chân thật mà cô đơn thảm loạn
Sự sợ hãi nào làm rêu phong đời tôi

Đành quên dần những cảm giác nghỉ ngơi
Điểm từng canh buông mình trôi trên phố
Chợt nhớ về những bước chân đã lỡ
Để quên rồi xưa phố thoảng hoàng lan

Níu giấc mơ nuối tiếc lại vuột tan
Gom hối hả chuỗi xâu thành mộng mị

Giữa sống đời đặt mình trong hạn chế
Tôi giấu tôi vào kiêu hãnh mặt đời
Úp lòng tay lên mặt cạn khô ý nghĩ rồi
Đêm thật đêm xin một lần về lại
Tôi sẽ bước vào lòng đêm ấy
Dành lại những sát na siêu nhỏ chốn hoài nghi
Lấp đầy những khoảng trống trái tim
Mai trở dậy niềm vui không phờ phạc
Đợi không giờ
    đợi đêm
        loài sâu êm mê mệt
Phố ứa đêm sao vẫn trắng mặt người

Magicien de la poésie

Jeux de mots
Puzzle lunisolaire
Philosophie troublée
Enseignement de la flûte
Les gens écoutent, les gens baillent
Chatouillez leurs langues
Art invisibilité
Mots sourds et muets

Le mot parfait et significatif
La poésie magique
Chaque ligne, chaque caractère
Voyant chaque anxiété
La souffrance ne dit pas
La douleur ne s'enlève pas
Seule l'âme propre sait
Face au soleil
L'étoile du Nord

La nuit sombre tombe

Sombre comme le houx
Des mots comme la profondeur
Consommation d'enthousiasme
L'encre sur le papier épuisée
La poésie vacillante
Hallucinations...hallucinations
Jeu dans la confusion

Ma thuật thi ca

Trò chơi chữ nghĩa
Đánh đố âm dương
Triết lý lổn nhổn
Rao giảng sáo mòn
Người nghe người ngáp
Tặc lưỡi cho qua
Tàng hình nghệ thuật
Chữ nghĩa câm điếc

Ý tứ hoàn mỹ
Thi ca nhiệm màu
Mỗi dòng mỗi nét
Thấy từng lo âu
Nỗi khổ không nói
Nỗi đau không cởi
Chỉ lòng riêng biết
Ngửa mặt trông trời

Chòm sao bắc đẩu
Đêm tối tàng rơi

Mực như thăm thẳm
Chữ như chiều sâu
Hao mòn tâm huyết
Giấy mực cạn kiệt
Thi ca chập chờn
Ảo giác… ảo giác
Lẫn lộn trò chơi

Illustration de la saison des personnes

La poésie survole la vie
Depuis l'univers mince et vert
Avec le soleil et le vent
Une vaste pluie et des nuages et des parfums
Louant les talons
Écrasant silencieusement les mûriers

La poésie illustre la vie
Des soupçons temporaires
Complétion des saisons des gens
Comparaison de concept
Apporter de la poésie pour une hypothèque
Cheveux colorés humains
Obtenir la prière conventionnelle
Appelant à la renaissance de l'âme

Il y avait une cloche qui sonnait

Qui vient de se reposer
La poésie chante des mots
Glorieux dans la tristesse.

Les lignes de poésie pour l'illustration
Rêve taché
Petits aventuriers
Fente entre le désordre
Une compression gracieuse

Froid par la faible fumée
Point d'exclamation pour le destin
Des mots en pierre sur les tombes
La dépression rêve de la poésie lointaine
Illustration des saisons des gens
La vie comme un cadeau
Les âmes au repos.

Minh họa mùa người

Thơ khái quát cuộc đời
Từ gầy xanh vũ trụ
Có nắng gió phiêu bồng
Rộn mây mưa hương sắc
Ca tụng những gót chân
Đằm bể dâu thầm lặng

Thơ minh họa cuộc đời
Chốn hồ nghi tạm vậy
Hoàn chỉnh những Mùa người
Tương đối vào khái niệm

Thơ mang đi thế chấp
Sợi tóc màu nhân gian
Lấy câu Kinh ước lệ
Réo linh hồn tái sinh

Có hồi chuông rung ngân
Ai đã vừa ngơi nghỉ
Thơ cất lên những lời
Huy hoàng trong buồn bã

Những dòng thơ minh họa
Giấc mơ lấm lem qua
Những phiêu linh bé nhỏ
Lọt khe giữa bộn bề
Một nén tạ ân cần
Lạnh cô bên khói nhạt
Dấu chấm than số phận
Lời đá trên mộ phần
Trầm phù thơ mộng viễn
Minh họa những Mùa người
Trần gian làm quà tặng
Những linh hồn nghỉ ngơi.

Audition fragile tôt le matin

L'herbe de mai agitée de naissance
Encourageant la mère à visiter les enfants
Confus par la fumée parfumée
Tu es vert dans la nostalgie fatiguée

Maman marchait sur la pointe des pieds tranquillement
Tout bruit est fragile, ne brisez pas la brume
Résister au son des insectes qui marchent
Faisant le monde de samsara

Une étoile argentée comme une goutte d'eau
Se tournant vers le ciel
Doit être triste demain
Sous la pluie

Maman chaque jour flottant
Des gouttes tristes absorbent des cendres roulées dans l'immensité !

Mỏng manh nghe tiếng hôm mai

Cỏ tháng năm cồn cào sinh nở
Lẫn lối mẹ về thăm con
Khắc khoải theo khói thơm đang vỡ
Con cứ xanh trong nỗi nhớ mỏi mòn

Mẹ nhón bước chân thật khẽ
Tiếng nào mỏng manh cũng đừng vỡ sương mai
Văng vẳng tiếng côn trùng dạo nhạc
Làm thiên thu bện những luân hồi

Một ngôi sao bạc như giọt nước
Trở mình phía trời xa xăm
Phải nỗi hôm mai con trằn trọc
Trên vùng mưa móc khôn cầm

Mẹ mỗi ngày trên trục đời lơ lửng
Tàn tro thấm giọt buồn cuốn vào mênh mông!

Vous êtes stupide

Quand je viens juste d'entendre, j'ai ri

J'ai penché la tête

Laissé tomber les cheveux sur ton épaule

Ton intelligence a disparu

Seul tu es parti

Le corps d'un fou

Amoureux de se noyer

Dans un sourire, une moitié de moi

Tu as rassemblé un tas de choses

Pour me les donner

Je les ai accueillis et j'ai dit de la sympathie

Adieu à toi - je me blottis

Cadeau pour toi   Je te rends ma sagesse.

Anh khờ dại

Khi mới nghe em cười
Em nghiêng đầu
Thả tóc qua vai anh
Trí khôn anh biến mất
Chỉ còn lại anh
Xác thân chàng ngốc
Si tình đến chết đuối
Trong nụ cười chỉ nửa của em
Anh gom tất cả một mớ những điều
Để tặng hiến em
Em đón nhận và nói lời thiện cảm
Chia tay anh em âu yếm
Quà cho anh – Em trả lại trí khôn

Pluie de petites feuilles de patate douce

J'attends que tu continues d'attendre
J'attends jusqu'à ce que je sois à sec
La brume tombe dans le sel
À propos de la promesse que tu as faite

La vie a continué de pleuvoir pour toujours
Je pleuvais des gouttes de pluie
Tu les as lavées
Merci un peu

Toi, petite feuille de pomme de terre aquatique
Je suis tombé dans une glissade
Tu as laissé tomber les feuilles par accident
Les gouttes de pluie blessent la vie

Qui es-tu?
Tu n'es pas rien

J'attendais que la vie soit terne
Je suis toujours en couleur

Ta poésie a plu
Je suis une petite feuille de pomme de terre aquatique
Ensuite, ma vie est épuisée
Les feuilles soudainement...déconcertées.

Mưa anh với lá khoai nhỏ

Chờ em chờ đẵng đẵng
Chờ đến cạn khô anh
Sương sa vào muối mặn
Thoảng một lần em hứa

Đời cứ mưa sũng đời
Anh mưa hạt tả tơi
Bóng em anh gội xuống
Ơn em thấm chút thôi

Em lá khoai nước nhỏ
Anh sa vào vuột trôi
Lá em vô tình thế
Giọt mưa anh đau đời

Anh là gì thế nhỉ
Em là những không đâu

Anh chờ đời đục nỗi
Em vẫn trong sắc màu

Thơ anh hạt mưa rơi
Em lá khoai nước nhỏ
Mưa đời anh kiệt cạn
Lá bất chợt … ngẩn ngơ.

S'il est encore dans la langueur

Les paroles des vagues n'ont pas été dissoutes dans l'eau

Elles ont pénétré dans le vaste désert

Le petit matin avec le brouillard tombe faiblement

Le rythme ivre dans le vent

Où serais-je si encore languissant

S'il vous plaît, choyez une fois le temps

Au milieu de la vie, ne perdez pas votre souffle en vain

L'audience résonne de l'écoulement débordant

Les alentours pour plus de fatigue

J'ai des passions en moi.

Des mots du fond du sombre fond

Le parfum entier et les pétales de papillon sauvages

Je me rappelle le passé à travers mon ombre

Des traces dans les vieux jours
Où serais-je si encore languissant
Je demande silencieusement à travers les cendres.

Nếu còn trong tàn úa

Lời của sóng chưa kịp tan trong nước
Đã ngấm vào sa mạc mênh mông
Những sớm mai sương mù buông yếu ớt
Nhịp điệu say trong con gió lăng loàn
Tôi ở đâu nếu còn trong tàn úa

Xin một lần khéo chiều chuộng thời gian
Giữa cõi đời đừng hụt hơi vô vọng
Âm vang người nghe từ độ suối tràn
Những loanh quanh chỉ thêm mỏi mệt
Tôi còn tôi trong những đam mê

Lập ngôn từ đáy sâu nghiệt ngã
Cả hương hoa cánh bướm dại khờ
Soi bóng mình nhớ về quá khứ
Dấu tích in thành những ngày xưa
Tôi ở đâu nếu còn trong tàn úa
Thầm lặng xin qua cơn lốc tàn tro

L'autre moitié d'entre nous

Quand la chanson d'amour s'endort
Le jour de l'éclipse solaire revient à l'autre
La forme se dissout en poussière
La Lune éclipse les gens

La moitié est profondément sans fin
L'autre moitié est gravée dans les restes
Le sol stérile confus avec le jour de la renaissance
Soudain triste, la moitié n'est toujours pas triste

L'autre moitié du corps est dans le monde
La moitié du corps en douleur cherche l'humeur de l'âme
Deux moitiés de ma vie ne sont pas encore là
Forçant l'autre destin à être déchiré

Oh, la cascade continue de rouler sur la roche
Pour enterrer profondément le fond du cœur
Laisse la douleur geler tranquillement
Laisse l'amour honorer la bouche fermée

Nửa ta còn lại

Khi khúc ca tình yêu đã yên ngủ
Ngày nhật thực đón nhau trở về
Hình hài hòa tan vào cát bụi
Nguyệt thực người, yên lặng cơn mê

Phần nửa trầm sâu vào bất tận
Nửa kia tạc ghi những mất còn
Mặt đất cằn hoang mang ngày tái thế
Chợt chạnh buồn phần nửa chưa yên

Nửa thân còn lại nơi trần gian
Nửa thân đau tìm khớp phần hồn
Hai nửa đời đi ở chưa yên
Cưỡng lại định mệnh kia giằng xé

Hỡi sống thác vẫn lăn trên sỏi đá
Để xót xa vùi đáy thẳm trái tim
Để cơn đau cứ yên lặng đóng băng
Để tình yêu tôn vinh điều ngậm miệng

Proposer des fonds de levée de fonds

De l'utérus tu es sorti

Comme une petite fleur

Tu grandis à travers tout le pays

Plein de parfum

La fleur s'étire avec le soleil éternel

Le chrysanthème d'or grave ton visage

Pour donner une odeur à l'humanité

Le soleil rose est le cœur chaud

La circulation est des millions de morceaux de douleur de vie

La vie donne un regard assez profond

Laisse-toi grandir fort

Un chemin séparé mène à la vie

Évite le jeu au nom du sarcasme

Toutes les rivières coulent vers la mer

Tu es fier dans la terre de ta mère

Ces vies désordonnées tombent dans l'incarnation

S'il te plaît allonge-toi pour écouter la rivière se propager

Tu ne veux pas des absurdités de la vie

Le corps intentionnel parmi des milliers de nobles

Tu secoues les vents bruyants

Parce que tu as grandi en concevant une mère vietnamienne.

Tặng những niềm tin trở dậy

Từ lòng mẹ bước ra
Em tựa loài hoa nhỏ
Mọc khắp nẻo đường tổ quốc
Đượm ngát sắc hương
Đoá hoa em vươn theo ánh mặt trời thắm mãi
Cúc chi vàng tạc khuôn mặt của em
Toả hương thơm tặng nhân loại trở dậy
Mặt trời hồng là trái tim nóng hổi
Làm mạch tuần hoàn triệu triệu mảnh đời đau
Đời cho em ánh nhìn đủ sâu
Để em thấy em lớn lên rồi đấy
Một lối rẽ riêng đời dẫn tới
Né trò chơi mang danh nghĩa mỉa mai
Muôn dòng sông cuồn cuộn ra khơi
Em kiêu hãnh trong lòng đất mẹ
Những sống bừa kia sa vào nhập thể
Hãy nằm bòn nghe sông chở sinh sôi
Em không muốn những phi lý ở đời
Cố dung thân giữa muôn ngàn cao quí
Em rũ bỏ những tước phong ồn ĩ
Bởi em hiểu, em lớn lên từ thai nghén mẹ Việt Nam.

Rêve de doigts de nuit

Les mains rêvent d'une manière étrange

Comme le soupir du vent à travers le feuillage

Cachent la vie sèche

Les nuages, pourquoi attendre demain

La nuit déplie la moustiquaire pour lécher des milliers de traces

Ennuyé dans une tristesse épuisée

Le premier jour de la semaine était un langage muet

Toute main sera plus chaude ce soir

Les doigts du rêve sur la main éveillée

Entre les ânes sauvages solitaires

Les gouttes sèches tombent sur les touches du clavier

À travers le chœur des saisons, lui et les cigales de la nuit sont déprimés pour une vie entière.

Giấc mơ của ngón tay đêm

Tay mơ Giấc mơ theo đường lạ
Như gió thở dài ngang tán lá
Giấu nỗi đời khô khan
Mây khuất vì sao hôm chờ mai
Đêm giăng mùng lấp liếm ngàn dấu tích
Chìm nghỉm trong nỗi buồn kiệt lực
Ngày đầu tuần oằn oại ngôn ngữ câm
Bàn tay nào đêm nay sẽ ấm hơn
Những ngón tay mơ trên bàn tay thức
Giữa mênh mông dạ hoang cô tịch
Giọt rơi khô trên những phím đàn
Qua điệp khúc mùa rồi, anh và tiếng ve đêm

Khắc khoải vong nô một đời về muộn.

Fastidieux

Repos de dos
après une journée
Mais pourquoi tellement triste
Pourquoi ne pas avec toutes les choses
Se fondre dans le ciel et la terre

Chaque jour a passé
Espérons que la journée ralentisse
Pour maintenir l'infatuation calme,
Pour trouver la paix

Chaque nuit a passé
Ne pas encore se dissoudre
Pas pour les oreillers
Nettoyer les cœurs rêveurs

Fin de la nuit
Jour après jour
Ennuyeux et monotone
Désolé - gaspillage.

Tẻ nhạt

Ngả lưng
sau một ngày
Mà sao còn nỗi niềm vơi đầy
Sao chẳng cùng vạn vật
Tan vào trời đất

Mỗi ngày đã qua
Mong ngày chậm lại
Để kịp đắm say
Để tìm yên ả

Mỗi đêm đã qua
Cũng đừng tan vội
Chẳng vì chăn gối
Sạch lòng mộng mơ

Hết đêm lại đêm

Hết ngày lại ngày
Vui buồn tẻ nhạt
Hoang tàn – phí hoài.

Poèmes d'amour ravivés

Ne blâmez pas la poésie pour se souvenir éternellement
Aimez plus la vie en pensant l'un à l'autre
Venez lourdement penser superficiellement
L'amour de la poésie peut impacter votre âme

La jeunesse apporte une âme poétique chaleureuse
Regarde, mes yeux sont le côté des feuilles
Le visage contemplé chaque soir
Dessiner le temps jaunissant sur les feuilles tombées

Dessiner les veines dans le soleil et le vent
Les âmes des gens suivent les vagues de l'océan
Ne blâmez pas la poésie pour dire une rivière
La rougeur de reproduction est toujours une surprise
À quelle distance êtes-vous de ce dessin à devenir
Presque les fleurs rencontrent les yeux devant la maison

Grâce aux poèmes qui contiennent mon âme

Les arbres chuchotent la saison de reproduction

Et ce matin, la rose est brillante

Apportez l'amour de la poésie ravivé au seuil de la porte!

Tình thơ hồi sinh

Đừng trách thơ mãi nói lời thương nhớ
Yêu đời hơn khi còn nghĩ đến nhau
Thôi nặng nề nghĩ ngợi nông sâu
Thơ yêu thương tôn tâm hồn nguyên vẹn

Đường đời xanh mang hồn thơ ấm áp
Kìa đôi mắt em là phía lá xôn xao
Khuôn mặt đăm chiêu ngắm mỗi tà chiều
Vẽ thời gian úa vàng trên lá đổ

Vẽ huyết mạch phù sa vào nắng gió
Quyện hồn người theo ra sóng đại dương
Đừng trách thơ mãi nói một dòng sông
Đỏ sắc sinh sôi luôn là điều bỡ ngỡ
Nét họa em xa gì mà cách trở
Gần như khóm hoa chạm mắt trước cửa nhà

Cám ơn thơ chất chứa cả hồn ta
Cỏ cây đất trời rì rào mùa sinh nở
Và sáng nay bông bụt hồng rực rỡ
Mang tình thơ hồi sinh trước cửa nhà!

Vous revenez de loin
à Kh.M.H

J'ai écouté silencieusement l'âme tourmentée
Pourquoi la nostalgie se multiplie-t-elle
Après que le bruit soit tombé à vide
Soudain étouffé hors d'haleine

Déplacez les souvenirs dans un vieux coffre-fort
Le visage vacillait et était taché
Les muscles épuisés de la colonne vertébrale
Parce que je ne suis pas habitué aux rêves

L'homme à l'ombre m'a réveillé légèrement
Tu m'as stupéfié en revenant de loin
Dans le rêve je me sens à nouveau vivant
Je viens de toi accidentellement.

Từ khoảng cách em về
Tặng Kh.M.H

Lặng nghe hồn trăn trở
Sao nỗi nhớ cứ nhân lên thế
Sau ồn ào rớt lại trống không
Bỗng thấy hụt hơi ngạt thở

Di chuyển ký ức vào kho đồ cũ
Chập chờn khuôn mặt in trong loang lổ
Xương sống oải rã rời cơ bắp
Vì chưa quen với những giấc mơ

Bóng người đánh thức tôi thật nhẹ
Mê man tôi từ khoảng cách em về
Trong mơ tôi thấy mình sống lại
Tôi mới tôi từ em đến tình cờ

L'étoile du conte de fées

Le jour où tu es venu chanter notre amour
Le jour où je suis venu en tant qu'étoile
Marchant ensemble sur le nuage en rêvant
Les vagues d'amour comme la galaxie

Vois les yeux qui scintillent haut dans le ciel
Les mots d'amour des étoiles
Toujours en attente de toi de loin
Pour murmurer des centaines d'années de compassion

S'il te plaît, reviens ici
Je vais illuminer le mot haut
Du fond du cœur, je ne me suis jamais refroidi
Même dans le coma, mes étoiles se sont remplies

Et j'ai heureusement ruiné des milliers d'années
Pour que l'amour de Ngui Lang cesse de tomber
Compter les étoiles ne fait pas de bruit
La nuit était comme sans fin, si dure!

Vì sao cổ tích

Ngày em đã đến hát về tình ta
Ngày anh đã đến như vì sao sa
Cùng dạo trên mây bên trời dệt mộng
Làm sóng tình yêu xôn xao ngân hà

Kìa muôn cặp mắt lấp lánh trời cao
Làm lời âu yếm từ những vì sao
Vẫn mong em về từ ngày xa ấy
Để ngàn lời thương trăm năm rì rào

Em hãy về đây như vì sao
Anh sẽ thắp sáng thêm từ xanh cao
Từ trong tim anh chưa lần nguội lạnh
Cả trong cơn mê em như sao lên đầy

Và ta hạnh phúc ru ngàn năm trôi
Để tình Ngưu Lang mắt ngâu thôi rơi
Đếm những vì sao sa không thành tiếng
Đêm như vô tận trên cao… miệt mài!

S'il vous plaît, un tel monde réel

L'âme attend encore avec impatience de revenir

L'amour avec le corps brille tandis que le cauchemar

Tous les yeux pleurent des mensonges

Toutes les lèvres souriaient en noir romain

Les murs tachés de chaux avec un soleil qui déborde

La fille traverse le mystère

Le vent qui souffle précipite le chagrin

Dans l'âme fière qui va s'effacer

Retourner là où l'après-midi est jaune

Il y a une pluie abondante à l'extérieur du cadre de la porte

L'âme tempête appelle tout autour

L'amour pour allumer un feu miraculeux

Ne pas se repentir des lèvres frivoles et piquantes

S'il vous plaît revenez à l'endroit où il y a une brume magique

Relier la terre et le ciel en un seul monde

Xin có một trần gian

Hồn vong thân còn mong quay về
Tình vong thân trắng xóa cơn mê
Từng đôi mắt khóc lời dối trá
Từng cặp môi cười lãng mạn đen
Những tường vôi loang nắng mới lên
Người con gái đi qua huyền nhiệm
Gió ào ào thổi điều phiền muộn
Trong tâm hồn kiêu hãnh sắp tàn
Về nơi có buổi chiều vàng úa
Có mưa giăng phía ngoài khung cửa
Tiếng bão lòng dội lại gọi nhau
Xin yêu thương thắp lửa nhiệm màu
Ăn năn chẳng cay môi phù phiếm
Xin về nơi có sương mù tiếp diện
Chắp đất trời chỉ một trần gian

Pour lever des fonds

De la matrice est sorti

Tu es comme une petite fleur

Poussant dans tout le pays

Pleine de parfum

La fleur s'étire avec le soleil éternel

Le chrysanthème doré sculpte le visage

Pour répandre un parfum à l'humanité

Le soleil rose est le cœur chaud

Il y a des millions de morceaux de douleur de vie

La vie donne un regard assez profond

Laisse voir ta croissance forte

Un chemin séparé mène à la vie

Évite le jeu au nom du sarcasme

Toutes les rivières coulent vers la mer

Tu es fier dans la terre de ta mère

Ces vies chaotiques sont tombées dans l'incarnation

S'il te plaît allonge-toi pour écouter la rivière se propager

Tu ne veux pas des absurdités de la vie

Corps intentionnel parmi des milliers de nobles

Tu repousses les vents bruyants

Parce que tu as grandi en concevant une mère vietnamienne.

Tặng những niềm tin trở dậy

Từ lòng mẹ bước ra
Em tựa loài hoa nhỏ
Mọc khắp nẻo đường tổ quốc
Đượm ngát sắc hương
Đoá hoa em vươn theo ánh mặt trời thắm mãi
Cúc chi vàng tạc khuôn mặt của em
Tỏa hương thơm tặng nhân loại trở dậy
Mặt trời hồng là trái tim nóng hổi
Làm mạch tuần hoàn triệu triệu mảnh đời đau
Đời cho em ánh nhìn đủ sâu
Để em thấy em lớn lên rồi đấy
Một lối rẽ riêng đời dấn tới
Né trò chơi mang danh nghĩa mỉa mai
Muôn dòng sông cuồn cuộn ra khơi
Em kiêu hãnh trong lòng đất mẹ

Những sống bừa kia sa vào nhập thể
Hãy nằm bòn nghe sông chở sinh sôi
Em không muốn những phi lý ở đời
Cố dung thân giữa muôn ngàn cao quí
Em rũ bỏ những tước phong ồn ĩ
Bởi em hiểu, em lớn lên từ thai nghén mẹ Việt Nam.

Existence de douleurs

Blessure sur le corps

Moment douloureux

Particules de poussière dans les yeux

Ne pas voir

Douleur intérieure

L'esprit souffre

Difficile de trouver une issue

Le fourneau de charbon chaud

Brûle dans l'esprit

Perte d'équilibre

Colère, haine serrées

Plein d'ambition

Envie de supplier

C'est là le point

Existence de douleurs

Hiện hữu của những nỗi đau

Vết thương trên thân
Làm đau chốc lát
Hạt bụi dặm mắt
Thì chẳng nhìn ra

Nỗi đau bên trong
Cái tâm cắn dứt
Khó tìm đường thoát
Lò than nóng rực

Bốc hỏa trong tâm
Mất đi thăng bằng
Sân, si, trói chặt
Tham vọng đầy ắp

Thèm khát cạnh cầu

Ấy là mấu chốt
Hiện hữu nỗi đau

En matière de travail

Jour de pluie
Le jour au travail
Solitaire
Dépassant

Corps douloureux et tendu
Yeux sombres
Transpirant sans cesse
Joie

A jailli
De la douleur
Au travail
Avec la pluie et le vent dehors

Au-delà de tout
Criant
De l'immaturité
Au travail

Trở dạ

Ngày mưa gió
Ngày trở dạ

Cô đơn
Vượt cạn

Thân đau căng
Mắt tối sầm
Mồ hôi lã chã
Niềm vui

Lóe lên
Từ cơn đau
Trở dạ
Cùng mưa gió ngoài trời

Vượt lên tất cả
Tiếng khóc bật ra

Từ non dại

Trở dạ

Pour qu'une vie existe

Pluie tombante, cœur vide
Se retourner pour écouter la pluie
Se sentir vide
Humeur lourde

Triste sans réconfort
Isolation de tous les côtés
Chuchotements fluides
La pluie parcourt le ciel

Le vent a soufflé
Grosses gouttes sur le toit fissuré
Eau débordante
Désolation dans les souvenirs

Comme éveillé
La solitude s'est réveillée
Retour à la contemplation
Froid de la réalité
Perte de rêves

Cho một cuộc đời tồn tại

Mưa rơi lòng trống
Trở mình nghe mưa
Thấy lòng trống trải
Tâm trạng nặng nề

Buồn không vỗ về
Hoang vắng bốn bề
Nỉ non bờ chảy
Mưa xé rách trời

Gió từng đợt thổi
Đồm độp mái tranh
Dốc nước tràn trề
Hoang tàn ký ức

Như tỉnh như mê
Cô đơn tỉnh dậy

Suy tư trở về
Lạnh lùng thực tại
Phí hoài giấc mơ

Je recherche l'impermanence

J'ai marché tout le chemin
En cherchant étourdi un endroit où réside la tristesse
Suivi le rêve
Où se trouve l'adresse d'une maison centenaire

Tournant constamment en rond
J'ai perdu accidentellement la trace de l'opium
Un jardin de fleurs d'une blancheur extrême
Je suis soudainement devenu blanc au milieu de la région de bois d'agar
Soudainement triste dans l'âme
Il n'y a rien de permanent pour moi

Tôi đi tìm cõi vô thường

Tôi đi suốt dọc quãng đường
Ngẩn ngơ tìm chốn nỗi buồn ngụ cư
Lần theo suốt dọc giấc mơ
Đâu rồi địa chỉ ngôi nhà trăm năm

Đi hoài theo những quẩn quanh
Tình cờ lạc lối vướng cành phù dung
Một vườn hoa trắng vô cùng
Tôi như bỗng trắng giữa vùng trầm hương
Hắt hiu lòng bỗng vương buồn
Có không nào cõi vô thường cho tôi

Prier pour l'amour

L'amour est en train de disparaître
Une tristesse déformée
Ce n'est également rien
Le corps sanglote

Le cœur s'effrite
Tombe dans un rêve
Parce que la vie est stupide
Plongé dans la passion

Qui honore Tri Vo Minh (?!)
Sur le trône de dieu
Pour s'asseoir et s'agenouiller
Qui a prié pour la sérénité
Mon amour est infini

Tình nguyện cầu

Tình ơi nhạt rồi
Nỗi sầu méo mó
Cũng chẳng còn gì
Thân đau nức nở

Tim gào rạn vỡ
Sa lầy mộng mơ
Bởi đời dại khờ
Chìm vào si mê

Ai tôn trí vô minh(?!)
Lên ngôi thượng đế
Dưới chân ngồi quỳ
Ai người cầu thanh thản
Tình tôi cầu vô vi

L'âme des mots

Pas de vacillement
Mais de l'éclairage
Pas de coloration
Mais de l'étincellement

Chaque mot est silencieux
Cet ordre
Qui a été renversé
Puis calme
Puis en colère

Plus que tout autre pouvoir
La terre vibrait avec l'âme des mots
Des yeux endormis
Des yeux éveillés
Voyant l'âme des mots
Joindre pour se multiplier.

Hồn của chữ

Không lập lòe
Mà thành vầng sáng
Không thấy sắc
Mà thật lung linh

Từng con chữ lặng im
Mà trật tự
Mà đảo lộn
Rồi lại êm đềm
Lúc thì cuồng giận

Hơn bất cứ sức mạnh nào
Địa cầu rung lên bằng hồn của chữ
Con mắt ngủ
Con mắt thức
Thấy hồn của chữ
Hòa vào sinh sôi.

Bougie blanche et rose

Le jour qui s'est levé en connaissant le froid
Quand l'hiver arrive sur la feuille
Le jour où la bougie blanche est devenue triste
Brûlée à mourir

L'âme porte des pensées blanches
Connaissant le long pas du jour de pluie
Les gouttes de la nuit... gouttes... usées
Suivant la tristesse préoccupante

Comme une ligne de destinée en forme de main
Rose qui voltige pour manquer la rosée pluviale
Rassemblant la tristesse, la cloche sonne profondément
Pour toujours comme un son vague

Longtemps j'ai attendu que tu viennes
Souriant et parlant joyeusement
J'essaie de garder mes dix doigts du froid
Pluie de roses, pendant que la bougie fond... dérive...!

Bạch lạp và hoa hồng

Ngày hoa hồng biết lạnh
Khi đông về trên cánh
Ngày bạch lạp biết buồn
Hết mình tới tàn lụi

Tâm hồn mang ý nghĩ trắng
Nghe bước dài của ngày ngâu
Đêm giọt... giọt ... mòn hao
Theo ánh buồn trăn trở

Như đường chỉ tay mang hình số phận
Hoa hồng chập chờn lạc nhớ sương mưa
Tích buồn tháp chuông rung vời vợi
Muôn đời gióng tiếng mơ hồ

Thật lâu dài chờ ngày anh đến
Gọn ghẽ nói cười môi quên tươi

Em cố giữ mười ngón tay chực lạnh
Mưa hoa hồng sa, bạch lạp tan… trôi…!

Ne vous précipitez pas

Viens avec toi
J'ai entendu un murmure
Des mots ouverts
Des histoires d'amour et de mémoire

Tu as prouvé ton amour
Je le ressens
De ta respiration
Dans tes yeux

Je l'ai attrapé
Le vent de la conscience ivre
Tu t'es penché
Allons à la maison
Parce que j'avais peur
Les mots n'étaient pas...
Toi...tu étais la lune et le vent

Tu as parlé d'amour
J'ai entendu...
J'ai compris
Et toi...
S'il te plaît...
Ne te dépêche pas...

Xin đừng vội quá

Đi bên anh
Em nghe thì thầm
Những điều bỡ ngỡ
Chuyện thương – chuyện nhớ
Anh chứng minh tình yêu
Em cảm nhận
Từ anh qua hơi thở
Trong mắt của anh
Em bắt gặp
Cơn lốc tỉnh say
Làm anh nghiêng ngả
Về đi thôi
Vì em lo sợ
Lời nói chẳng là…
Anh… cùng trăng gió
Anh nói chuyện tình
Em nghe…

Em đã hiểu

Và anh…

Xin…

Anh đừng … vội vã…

L'horizon de l'amour

Tentatives quotidiennes
L'obscurité déversée dans un trou
Une douleur qui ne se partage pas par les mots
Moderne au-delà de l'univers

Regardant en arrière avec frénésie
C'est un horizon piège
L'amour reste à cet endroit
Rires secs qui se cherchent

Appelant l'amour à revenir
Le ciel et la terre ont perdu une étoile
Trouvons un lieu d'existence.

Chân trời tình thương

Những mưu toan thường ngày
Đen tối đổ thành hố
Và nỗi đau không lời chia sẻ
Hiện đại vượt lên tầng cao vũ trụ
Hoang sơ nhìn lại
Là chân trời cạm bẫy
Nơi này tình thương ở lại
Tiếng cười khô khốc tìm nhau

Gọi tình người sống lại
Đất trời lạc một vì sao
Tìm nơi tồn tại.

A propos de l'auteur

Bang Ai Tho

Bang Ai est née en 1958. Elle est poète, musicienne et peintre. Elle est membre de l'Association des écrivains vietnamiens et a publié 6 recueils de poèmes (Les yeux silencieux, La bougie blanche et la rose et bien d'autres encore). Elle a remporté 2 prix nationaux de littérature, 2 prix nationaux de musique et a organisé 3 expositions individuelles de peinture.

www.ingramcontent.com/pod-product-compliance
Lightning Source LLC
LaVergne TN
LVHW041538070526
838199LV00046B/1717